சிந்தனை தூண்டிலில் சிக்கிய மீன்கள் விற்பனைக்கல்ல

ஸ்ரீதர்

Made with ♥ on the Notion Press Platform
www.notionpress.com

பொருளடக்கம்

பொருளடக்கம்

பொருளடக்கம்

முன்னுரை

கவிதை என்பது அழகியல் உணர்ச்சியுடைய, ஓசை சந்தத்துடன் கூடிய அல்லது ஒத்திசை பண்புச் சொற்களால் கோர்க்கப்பட்ட ஓர் எழுத்து இலக்கியக் கலை வடிவம் ஆகும். மேலும், மொழியில் உள்ள ஒலியன் அழகியல், ஒலிக் குறியீடுகள், மற்றும் சந்தம் ஆகியவற்றுடன் இடம், இயல்பான பொருள் ஆகியவற்றை வெளிப்படையாகக் காட்டுவதாகக் கவிதை உள்ளது. உணர்ச்சி, கற்பனை, கருத்துக்களை வெளிப்படுத்தவும் தூண்டவும் கவிதை உதவுகின்றது.

கவிதை முதலில் வாய்மொழிப் பாடலாக இருந்தது என்பது ஆய்வாளர்களின் கருத்து. எனவே கவிதையின் தோற்றமும் முதலில் பொருளற்ற இசை குறிப்புகளில் இருந்து இசைப் பாடல்கள் தோன்றிருக்க வேண்டும்.

இறகுகள் இல்லாமல் பறந்திருக்கிறேன். பூக்கள் சலவை செய்து வைக்கிறதாஇதோ!
இப்போது கேட்கும் போது கூட
கண்ணோரம் கடல் வழிகிறதெனக்கு.

திரைப்படப் பாடல்கள் எல்லாம் கவிதை என்று நினைத்துக் கொண்டுள்ளோம். இதற்கு காரணம் நாம் இலக்கியத்தை-செய்யுள் வடிவில் எழுதப்பட்டதை எல்லாம் பாடல் என்றே சொல்லி வந்திருக்கிறோம். ஆனால் பாடல் வேறு, கவிதை வேறு. அது மட்டுமல்ல, செய்யுள் என்பதும் வேறுதான்.

முதலில் செய்யுள் என்ற சொல். இதை நாம் உடன்-பாடாகவோ (பாசிடிவாகவோ), எதிர்மறையாகவோ (நெகடி-வாகவோ) எடுத்துக்கொள்ளலாம். செய்யுள் என்றால் செய்-யப்பட்ட ஒன்று என்று அர்த்தம். அது கவிதையாகவும் இருக்கலாம், உரைநடையாகவும் இருக்கலாம், புதுக்கவி-தையாகவும்கூட இருக்கலாம். ஆனால் பொதுவழக்கின்படி, யாப்பின்படி அமைந்த, கவிதையாகாமல் போய்விட்ட ஒன்-றிற்குத்தான் செய்யுள் என்று பெயர்.

அண்ணன் என்பவன் தம்பிக்கு மூத்தவன்
திண்ணை என்பது தெருவிலே உள்ளது
கண்ணன் என்பவன் கண்ணிரண்டு உள்ளவன்
வெண்ணெய் என்பது பாலினில் விளைவதே.

இது செய்யுள் என்பதற்கு பேராசிரியர் கைலாசபதி தந்த எடுத்துக்காட்டு. இதில் யாப்பு மிக நன்றாக அமைந்திருக்-கிறது. ஆனால் இதைக் கவிதை என்று யாரும் கருதமாட்-டார்கள் என்பது நிச்சயம்!

கவிதை என்பது ஓர் அனுபவத்தை மனத்திற்குள் விதைத்துச் சிந்திக்கத் தூண்டுகின்ற ஒன்று. அது யாப்பில் அமைந்திருக்கலாம், யாப்பில் இல்லாமலும் இருக்கலாம். யாப்பில் இல்லாததைப் புதுக்கவிதை என்றும் மற்றதை மரபுக் கவிதை என்றும் சொல்லும் வழக்கம் ஏற்பட்டுவிட்-டது. ஒரு மிகச் சிறிய கவிதை இதோ-

இருப்பதற்கென்றுதான்
வருகிறோம்
இல்லாமல்
போகிறோம்.

வருகிறோம்-போகிறோம் என்ற இருமை எதிர்வையும், இருப்பதற்கென்றுதான்-இல்லாமல் என்ற முரண்பாட்டையும் பாருங்கள். எவ்வளவு அற்புதமாகச் சொல்ல வந்ததைச் சொல்லிவிடுகிறது!

இந்த இரண்டிலிருந்தும் வேறுபட்டது பாட்டு. பாட்டு, இசை என்ற கைத்தடி இல்லாமல் நடக்கமுடியாது. ஸ்வரம் மாதா, லயம் பிதா என்பார்கள். ஸ்வரங்களால் ஆன ராகத்தைப் பாட்டு கொண்டிருக்கவேண்டும், லயம் என்ற தாளத்திற்கேற்ப அது நடக்கவேண்டும்-அதாவது பாடப்பட வேண்டும்.

கவிதை பாடப்படவேண்டிய அவசியம் இல்லாதது. கற்க கசடறக் கற்பவை கற்றபின் நிற்க அதற்குத் தக என்ற திருக்குறள் கவிதையை-இது நிச்சயம் கவிதை-எந்த ராகத்தில் பாடுவது? பாடுவதுதான் தேவையா? யாதும் ஊரே யாவரும் கேளிர் என்ற சங்கக்கவிதையை எந்த ராகத்தில், எந்தத் தாளத்தில் பாடுவது? இவற்றைப் படித்து அனுபவிப்பது, உணர்வதுதான் முக்கியம்.

திரைப்படப் பாடல்கள் எல்லாம் பாட்டுகள்தான். பாட்டுகளில் வார்த்தை இல்லாத இடத்தை லாலாலாலா, ராராரீரீ, டபக் டபக்கு டபக்குதான், சிங்கிரி சிச்சான் சிச்சான் ங்ங்கொய்யா என்று எதையாவது போட்டு நிரப்பிவிடுவார்கள். பழைய பாகவதர்கள் என்றால் ஆலாபனையிலேயே இழுத்துவிடுவார்கள். ஆக, இசைக்காக, தாளத்துக்காக எழுதப்பட்டதைப் பாட்டு என்கிறோம். பழைய காலத் திலேயே ஜாலிலோ ஜிம்கானா டோலிலோ கும்கானா ஆளுங்கோ ரவுண்டானா அசந்துட்டோ டஹல்தானா என்று திரைப்படப் பாட்டு எழுதியிருக்கிறார் தஞ்சை ராமையதாஸ்.

ஆகவே பாட்டு வேறு, செய்யுள் வேறு, கவிதை வேறு என்று தெரிந்து கொள்வது நல்லது. பாட்டு எழுதுபவர்க-ளைக் கவிஞர்கள் என்று சொல்வது வழக்கமில்லை. லிரி-சிஸ்டு என்பார்கள் ஆங்கிலத்தில். பொயட் என்று அந்தஸ்து தரமாட்டார்கள்.

1. நீ மட்டும் ஏன்?

ஏழைத்தான் சிங்கம் கம்பீரமாக நடக்கவில்லையா...
ஏழைத்தான் யானை ராஜ நடை நடக்கவில்லையா...
ஏழைத்தான் பறவை இன்னிசை பாடி
பறக்கவில்லையா
நீ மட்டும் ஏன் கூரைக்குள் கோவணத்துடன்
கோபுரத்தை பார்த்தவாறு....சுதந்திரம் வாங்கி
அரை நூற்றாண்டாகிறது
நீ மட்டும் ஏன்அடிமை விலங்கைப் பூட்டிக்கொண்டு
அறைக்குள் முடங்கி கிடக்கிறாய்!

2. எத்தனை எத்தனை பிரச்சனைகள்!

இந்த நூற்றாண்டில் எத்தனை எத்தனை
பிரச்சனைகள்!; அண்டை நாட்டுக்கு அணுகுண்டு
பிரச்சனை !
சினிமாக்காரர்களுக்கு வருமானவரி பிரச்சனை!
அரசியல் தலைவர்களுக்கோ வழக்குப் பிரச்சனை!
இத்தனை பிரச்சனைக்கும் நடுவே
யாரப்பா அது கூச்சலிடுவது?
வறுமையை ஒழிக்கத்தானே! சரி சரி...
போட்டாகிவிட்டது ஐந்தாண்டுத் திட்டம்
அவசரப்படாதீர்கள்......

3. தேர்தல் தீபாவளி

வந்துவிட்டது
ஐந்தாண்டுக்கொருமுறை
நடக்கும் தேர்தல் தீபாவளி
ஐந்து பத்தைக்கொடுத்துவிட்டு
ஐம்பது நூறு கோடி
சுருட்டப்பார்க்கும் அரசியல் வியாதிகள் சிலர்...
வேட்டுச்சத்தம் வீதியெங்கும்
வேனுக்குள் தீவெட்டிகள்
மைக்கை பிடித்துக்கொண்டு
நம் காதுகளின் ஆயுளைக்குறைக்க...

குனிந்து குனிந்து
கும்பிடு போட்டார்கள்
கூரைக்குள் வந்து கூப்பாடு போட்டார்கள்
தேர்தல் முடிந்தது....
அவர்களை நாடி சென்றோம்
வாசலில் நாய்கள் துரத்தியது...

4. வேற்றுக்கிரகத்தில்...

வேற்றுக்கிரகத்தில்
மனிதன் வாழ்கிறானாம்...
ஆஹா! ஆஹா!! அப்படியா!!!
அவனும் வறுமையில்
வாடுகிறானாம்...
அடப்போங்கப்பா....
அரசியல்வாதிகள் சிலர் கொதித்தெழுந்தார்கள்
சாப்பாடுப்பொட்டலம் அங்கே
அனுப்பவேண்டும் என்று
சாரய வியாபாரிகளிடம்
நிதி வசூல் நடந்தது.....

5. வறுமையை ஒழிக்க பேச்சுவார்த்தை...

சமாதானப்புறாக்களையும்

போர் விமானங்களையும்

ஒரே நேரத்தில் பறக்கவிடும்

வல்லரசுகள்..

செவ்வாயில் மனிதன் உண்டாயென

அறிய கோடி கோடியாய் டாலர்கள் செலவு....

துப்பாக்கி புடை சூழ
அமைதிக்காக நடைபயணம்....
ஐந்து நட்சத்திர விடுதியில்
வறுமையை ஒழிக்க பேச்சுவார்த்தை...

6. பச்சை சிக்னல்

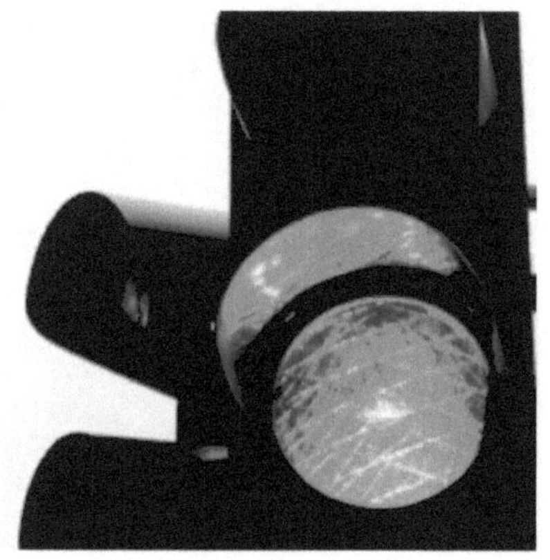

இளம் பெண் ஒருத்தி
நடு இரவில் தன்னந்தனியாக
செல்வதைப் பார்த்து
காந்தியடிகள் சொன்ன
சுதந்திரம் வந்ததென துள்ளிக் குதித்து
அருகில் சென்றேன்....
திரும்பி பார்த்த சிகப்பு விளக்கு
பச்சை சிக்னல் காட்டியது....

7. சூப்பர் ஜோடிதான்

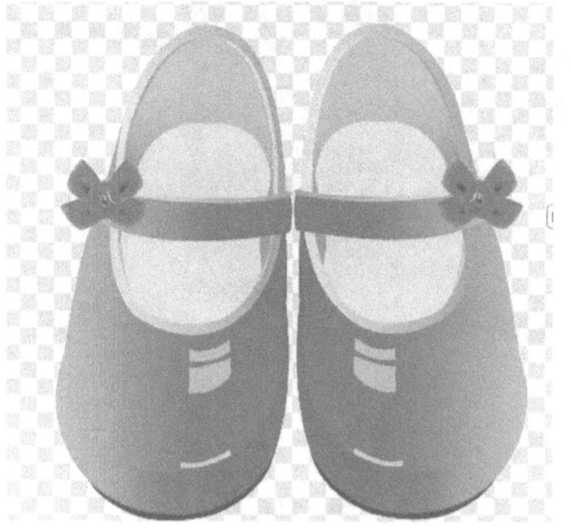

சேர்ந்தே உழைத்து
சேர்ந்தே தேய்ந்து
ஒன்று பிரிந்தாலும்
மற்றொன்று வாழாமல் தனித்து
சூப்பர் ஜோடிதான்-- செருப்பு

8. தண்டவாளம்...

இரண்டு வரி நோட்டில்
எழுதிப் பழகிக்கொண்டே
போகிறது ரயில்-தண்டவாளம்...

9. மழை

பூமியெனும் பேராசைக்காரி
கடல்யெனும் பாத்திரத்தை
கையில்யேந்தி இன்னும் நிரம்பாதா
என்று காத்திருக்க....
சுவடு தெரியாமல் கதிரவன்
திருடிக்கொண்டு போவதை அறியாமல்....
காற்று என்ற கன்றுக்குட்டி
மேகமடியை முட்டி முட்டி பார்க்க
மேகமடி தாங்காமல்
பால் பொழிய-மழை

10. கடல் அலைகள்....

கடல் அலைகள்.........

கழுவிக்கொண்டேயிருந்தது ....

மனிதர்களின் பாதம்பட்ட, பாவப்பட்ட இடங்களை...

11. கிறுக்கல்கள்..

நண்டுக்குழந்தையின் கிறுக்கல்கள்
கரையினில் ...
செல்லமாய் முதுகை தட்டிக்கொடுத்து
இழுத்துச்சென்றது
கடல் அலைகள்...

12. வானம்

வானம்
கடல் நீரை அதிகமாக உட்க்கொண்டு
ஜீரனிக்க முடியாமல்
துப்பியது மழையாய்...

13. பறவைகள்

பறவைகள்
பழங்களை தின்றுவிட்டு விதைகளை எச்சமாய் தூவி
மரங்களை இனப்பெருக்கம் செய்தது
நன்றி கடனாய்...

14. சிகெரெட்...

சிகெரெட்...
உங்கள் உதடுகள்தான்
அவை எரிந்து கருகும் இடுகாடு
அதன் ஒவ்வொரு இறுதி
சடங்கின் போதும் உங்கள்
இதயமல்லவா தவணைமுறையில்
உடன்கட்டை ஏறுகிறது....

15. என் வீட்டுக்கொசுக்கள்...

என் வீட்டுக்கொசுக்கள் பொல்லாதவை
அதன் உடம்பில் இருப்பது
என் ரத்தம் அல்லவா....

16. எனக்கும் மனித நேயம் இருந்திருக்கலாம்...

ரத்தத்தை விற்று வாங்கிய
மதுவின் போதையில் மனிதன்
மிருகமாய் நடுரோட்டில்....

மிச்சமுள்ள ரத்தத்தை
பங்குப்போட்டுக்கொள்ள
கொசுக்கள் முற்றுகை...
பர்ஸ் திறந்துகிடக்க
பணம் எங்காவது நடந்து சென்றிருக்க
வேண்டும்....

வாட்ச்மட்டும் கையில் இருந்தது
ஆச்சரியத்துடன் பார்த்தேன்
ஓடிந்திருந்தது முள்....
பக்கத்தில் பாட்டிலில்
சாரயம் கொஞ்சம் மிச்சமிருந்தது
இதைமட்டும் விட்டுவிட்டானே

மனதுக்குள் சிரிப்பு வந்தது...
ஓடிவந்தது ஒரு பைத்தியம்
மூடியில் ஊற்றி குடித்துவிட்டு
ஆடியது ராக்கமா கையைத்தட்டு என்று..
அடப்போப்பா என்று வந்துவிட்டேன்
இரவு நேரம்வேறு....
எனக்கும் மனித நேயம் இருந்திருக்கலாம்....

17. அடிவாங்கியது சின்ன குழந்தை...

அடிவாங்கியது சின்ன குழந்தை
மம்மி, டாடி என்று மழலை பேசவில்லை என்று
பால்வடியும் முகத்தோடு
பாலர் பள்ளிக்கு, பத்து, இருபது புத்தகங்களுடன்
மூன்று வயதுக்குள்....

18. ரத்தத்தின் ரத்தங்களாக...

கொசுக்கள் கூட அரசியல்வாதிகள்தான்
எங்கள் ரத்தத்தை குடித்துவிட்டு
எங்களைவிட்டு பிரியாமல்
ரத்தத்தின் ரத்தங்களாக...

19. ஈர்ப்பு விசையால் அல்ல..

மரத்திலிருந்து பழம் கீழே விழுந்தது
நியூட்டன் சொன்ன ஈர்ப்பு விசையால் அல்ல..
வயிற்று பசியால்....

20. யானை....

கடவுளுக்கு பூஜை செய்துவிட்ட
கம்பீரமாக தெருவெங்கும்
பிச்சைக்கேட்டது-யானை....

21. இட ஒதுக்கீடு கேட்டு...

தெருக்களில் நாய்களுக்கும்
சில மனிதர்களுக்கும்
போராட்டம்
எச்சில் இலை பங்கிற்கு
இட ஒதுக்கீடு கேட்டு...

22. சாலை மறியல்

அப்துல்லாவிற்கும் ராமனுக்கும்
கொடுக்கல் வாங்களில் கைகலப்பு
மறுநாள்-நாடெங்கும் சாலை மறியல்...

23. மதுக்கடை...

தட்டுங்கள் திறக்கப்படும்
கேளுங்கள் கொடுக்கப்படும்
மூடியிருக்கும் மதுக்கடை...

24. குரங்கிலிருந்து மனிதன்...

குரங்கிலிருந்து மனிதன் பிறந்தான்
என்பதை படித்துவிட்டு
அப்படியானால் அப்பா?.. நான்?;...
மிரன்டுப்போனது பள்ளிச்செல்லும் குழந்தை....

25. மன உலைச்சலில் நான்....

குயில் கூவிற்று
பிடிக்கவில்லை எனக்கு...
மன உலைச்சலில் நான்....

26. யாரைக் காப்பாற்றுவது.

பசியால் வாடியது பல்லி...
உயிருக்கு ஊசாலாடியது ஈசல்...
யாரைக் காப்பாற்றுவது.

27. ஓசோன் நுரையீரலீல்....

வாகனங்கள் புகைவிடுக்க
ஓசோன் நுரையீரலீல்
ஓட்டைகள்.....

28. புதிதாக கியாஸ் இணைப்பு...

அடுப்புக்குள் பூனை தூங்கியது
புதிதாக கியாஸ் இணைப்பு...

29. சூரியன்....

மறைவதுக்கூட அழகுத்தான்
சூரியன்....

30. மீனுக்கு?....

வலையை விரித்தேன்...
சந்தோஷம் எனக்கு!-
மீனுக்கு?....

31. குளவிக்கூடு....

திறக்கவேயில்லை புத்தகத்தை
அட்டையில்
குளவிக்கூடு....

32. கொசு....

எப்படி முடிகிறது...
பறந்துக்கொண்டே வீணை வாசிக்க...
-கொசு....

33. மேகம்...

மழை நூலில்
கட்டப்பட்ட பட்டம்
மேகம்...

34. கதிரவன் விழித்தெழ...

வண்ண சாயம் பூசிக்கொண்டது
வானம்
கதிரவன் விழித்தெழ...

35. டார்டாய்ஸ் சூரியன்...

பனிக்கொசுக்களை
விரட்டியது
டார்டாய்ஸ் சூரியன்...

36. பேனா...

சின்ன முயல் குதித்து குதித்து
மேய்ந்தது என் டைரியில்-
பேனா...

37. மீன் பிடித்தது கொக்கு...

வெள்ளை உடை உடுத்தி
சேற்றில் இறங்கி
மீன் பிடித்தது கொக்கு....

38. வேடன் வலையுடன்...

இருட்டில் கொக்குக்கூட
கருப்புத்தான்...

வெள்ளைக்கொக்கு
மீன் பிடித்தது
கொக்கைப்பிடிக்க வேடன் வலையுடன்...

39. தீர விசாரிப்பதும் பொய்...

கண்ணால் காண்பதும் பொய்
காதால் கேட்பதும் பொய்
தீர விசாரிப்பதும் பொய்...

40. புலி பசித்தாலும்...

புலி பசித்தாலும்
இன்னொரு புலியை தின்னாது...

41. வாழ்க்கை இனிமையானது

விட்டுக் கொடுங்கள்

அல்லது

விட்டு விடுங்கள்-வாழ்க்கை அழகானது....

ரசிப்பதற்கு

ஏதேனுமொரு விஷயம்

தினமும் கிடைத்துக்

கொண்டிருக்கும் வரை-வாழ்க்கை இனிமையானது

42. வீழ்வது கூட அழகே...

வீழ்வது கூட அழகே-இலை
இலையுதிர் காலங்களில்....

43. எட்டாத உயரத்தில்...

எட்டாத உயரத்தில்
இருப்பதால்தான் எப்பொழுதும் ரசிக்கப்படுகிறது-நிலா

44. வாழ்க்கை நகர்ந்து கொண்டே இருக்கிறது...

நம் வாழ்க்கை
நகர்ந்து கொண்டே
இருக்கிறது....
ஒவ்வொருவரிடமும்
ஒரு பாடத்தை
கற்றுக்கொண்டே....

45. வெற்றியை நோக்கி ஓடுகிறோம் ...

தோல்வி நம்மை தொடர்ந்து துரத்துகிறதா ....
நாம் வெற்றியை
நோக்கி ஓடுகிறோம் என்று அர்த்தம்

46. நமது எண்ணங்களை...

நமது எண்ணங்களை

பூக்களைப் போல தூவினால்

அது நமக்கு

மாலையாகக் கிடைக்கும்....

கற்களைப் போல எறிந்தால்

அது நமக்கு

காயங்களாகக் கிடைக்கும்...

47. நம் மனம்...

பிடித்து விட்டால்
மறக்க தெரியாமல்
குழந்தை போல
அடம்பிடித்து நிற்பது தான்
நம் மனம்.

 48. பயிற்சி......

குறி தவறினாலும்
நாம் எடுக்கும் முயற்சி
அடுத்த வெற்றிக்கான
பயிற்சி......

49. தோல்வி கூட ஒரு நாள்

முயற்சி செய்து
கொண்டே இரு...
தோல்வி கூட முயற்சி பலனின்றி
நம்ம கிட்ட தோற்றுவிடும்.

50. யாரையும் எந்த சூழ்நிலையிலும்...

யாரையும் எந்த சூழ்நிலையிலும்
மோசமாக நடத்தி விடாதீர்கள்.
ஏனெனில் அழகிய கண்ணாடி உடைந்து
தான் கூர்மையான ஆயுதம் உருவாகிறது.